TRAVAUX

de la Commission des Prières

2692

Hué, 28 avril — 18 mai 1924

(Deuxième Partie)

LEXIQUE

des termes de religion

(*droit, théologie, philosophie, etc...*)

(REVISION)

Imprimerie de Làng-Sóng
QUINHON (Annam)
✤ 1924 ✤

TRAVAUX

de la Commission des Prières

Hué, 28 avril — 18 mai 1924

(Deuxième Partie)

LEXIQUE

des termes de religion

(*droit, théologie, philosophie, etc...*)

(REVISION)

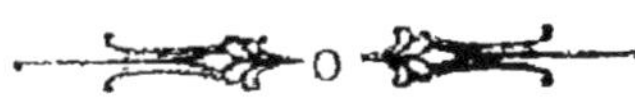

Imprimerie de Làng-Sông

QUINHON (*Annam*)

1924

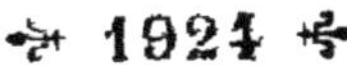

LEXICON

Latino-Annamiticum

TERMINORUM ECCLESIASTICORUM

præsertim

ex **Codice Juris Canonici**

et ex **Theologia Morali**

EXCERPTORUM.

— A —

Abbas	Thầy Bề trên nhà dòng. **Tu** viện thượng phụ. **Thượng** phụ.
» *nullius*	Tu viện thượng phụ biệt hạt.
» *primas*	Thầy Bề trên nhứt nhà dòng. Tu viện đại thượng phụ. Đại thượng phụ.
» *regularis de regimine*	Tu viện thượng phụ trị dòng.
Abbatia	Nhà dòng. Tu viện.
» *nullius*	Tu viện biệt hạt.
Abbatissa	Bề trên nhà dòng nữ.
Abjuratio	Thề bỏ đạo tà. Thề từ ngụy.
Abrogatio	Bãi.
Abusus	Lạm dụng. Lạm hành. Dùng quá độ. Làm quá phép.
Acatholicus	Vô công giáo.
Accessio	Thêm vào.
Accessus	Thân hành tận nơi. Khám lý.

Accusatio	Cáo. Khống tố. Đơn cáo.
» *criminalis*	Khống tố tội sự. Cáo tội sự.
Acolythus	Thầy bốn chức. (*par abbr.* Thầy tư). (T) Thầy cầm nến. (C) Thầy cầm đèn.
Acta	Tờ khế. Hành sự. Văn tự.
» *Apostolica*	Lục chỉ Toà thánh. Sắc chỉ Toà thánh.
Acta causæ	Hành sự về việc...
» » *judiciaria*	Thẩm phán hành sự.
» » *processûs*	Hành sự mà xử việc.
Actio civilis	Tố tranh sự.
» *criminalis*	Tố tội sự.
» *de damno infecto*	Tố sự vì hữu hại.
» *ex attentato*	Tố sự vì hữu xâm phạm.
» *ex nullitate sententiœ*	Tố sự vì hữu án bị phí. Kêu quan vì án bất thành.
» *judicialis*	Tố sự.
» *personalis*	Tố sự kiện người.
» *petitoria*	Tố khất sự.
» *pœnalis*	Tố hình sự
» *possessoria*	Tố đắc sự.
» *realis*	Tố sự về vật hạng.
» *reconventionalis*	Tố đối sự.
» *rescissoria*	Tố phế thỉ sự.
» *retinéndœ possessionis*	Tố thủ hữu đắc sự.
» *de spolio*	Tố vì hữu kiếp sự.

Actio ex nuntiatione novi operis	Tố sự vì hữu cáo tân vụ.
Actor	Người nguyên cáo.
Actuarius	Người làm ký lục.
Actus	Việc. Hành sự.
» *heroicus*	Việc anh hùng.
» *heroicus caritatis*	Việc thương yêu tuyệt đích.
» *hominis*	Việc nhơn sinh.
» *humanus*	Việc nhơn linh.
Actus legitimi ecclesiastici	Việc nội thuộc Hội thánh.
Actus voluntarius	Việc tự ý.
Adjuncti notarii	Phó lục sự. Ký lục phó.
Administratio	Quản lý.
Administrator	Đấng quản lý.
» *apostolicus*	Tổng quản lý. Đấng quản lý thay mặt Toà thánh.
Adultus	Trưởng thành. Người lớn.
Advena	Người ngụ cư. Khách.
Adventus	Mùa áp lễ Sinh nhựt.
Advocatus	Thầy kiện. Thầy cung. Trạng sư. Kẻ bảo chữa.
Æternitas	Hằng có đời đời. Đời đời vô cùng. Vô thỉ (thủy) vô chung.
Aggregatus	Kẻ được nhập hội.
Alba	Áo trắng dài.
Aliènatio (bonorum)	Để cho kẻ khác. Sang chủ. Suy di.
Amictus	Khăn vai.

Amissio	Mất.
Amotio	Cất.
Anathema	Vạ dứt phép thông công. Vạ tuyệt thông.
Angelus	Thiên thần.
Archangelus	Tổng lãnh thiên thần.
Virtutes	Thiên thần dõng (dũng) lực.
Potestates	« « quyền phép.
Principatus	« « tổng hiến:
Dominationes	« « cai quản.
Throni	« « bệ thị.
Cherubim	« « thông minh.
Seraphim	« « sốt mến.
Annuntiatio	Lễ Truyền tin.
Antipapa	Ngụy Giáo-hoàng. Giáo-hoàng giả. Giáo-tông giả.
Antipendium	Màn chơn bàn thờ.
Antiphona	Câu xướng (trước và sau ca vịnh).
Antistes	Đức Giám mục. Bề trên.
Antistita	Bà bề trên.
Apostata a fide	Kẻ bỏ đạo.
Apostasia a religione	Bỏ bậc dòng.
Apostolus	Tông đồ.
Apparitor	Phái viên thi hành án.
Arbiter	Kẻ phân xử cứ tình. Cứ tình cứu định.
Arbitrator	Kẻ phân xử cứ luật. Cứ luật cứu định.
Archetypum (*proces.*)	Chính bản (bổn).

Archiconfraternitas	Tổng hộ. Họ cả.
Archiepiscopus	Tổng Giám mục.
Archipresbyter	Tổng linh mục.
Archipresbyteratus	Tổng linh mục quản hạt.
Archisodalitia	Tổng họ.
Archivium	Sở tàng thơ. Nơi giữ sổ sách.
» *parochiale*	Sở tàng thơ nhà xứ. Nơi đề sổ sách nhà sở.
Ascensio	Lễ Đức Chúa Giêsu lên trời. Lễ Thăng thiên.
Assistens	Thầy phụ tế. Kẻ hầu giúp.
Associationes piæ	Hội phước đức.
Assumptio	Lễ Đức Bà linh hồn và xác lên trời. Lễ Mông triệu thăng thiên.
Asyli jus	Quyền ẩn lánh.
Attentatum	Xâm phạm.
Auditor	Quan dự thẩm. Dự thính viên
Authenticitas	Thực danh. Đích thật.
Autographa	Thủ thơ. Nguyên bản (bổn).
Auxiliaris (*episcopus*)	Phụ Giám mục.

— B —

Baldachinus	Phương du. Cái tàn.
Baptismus	Phép rửa tội.
Baptisterium	Giếng thánh. Giếng rửa tội.
Beatificatio	Phong Chơn phước. Phong Phước lộc. Phong Á thánh.

Beatitudo	Phước thanh nhàn.
Beatus	Đấng Chơn phước. Đấng Phước lộc. Đấng Á thánh.
Benedictio	Làm phép. Làm phép chúc lành.
» SS. Sacramenti	Ban phép lành Mình thánh Chúa. Chầu phép lành.
Beneficium	Bổng. Ân bổng. Quyền bổng.
» *amovibile*	Ân bổng đắc dịch.
» *canonicum*	Cấp hội quyền bong.
» *consistoriale*	Ân bổng thuộc tòng mục hiệp nghị.
» *curatum*	Ân bổng cai sở. Ân bổng coi xứ.
» *duplex*	Ân bổng đôi. Ân bổng kép.
» *ecclesiasticum*	Quyền bổng Hội thánh. Ân bổng Hội thánh.
» *exemptum*	Ân bổng hữu miễn trừ.
» *inamovibile*	Ân bổng bất đắc dịch.
» *incompatibile*	Ân bổng bất tương hợp (hiệp).
» *litigiosum*	Ân bổng kiện tranh.
» *manuale*	Ân bổng giao tay.
» *patronatum*	Ân bổng thuộc quyền quan thầy.
» *perpetuum*	Ân bổng vĩnh cửu.
» *religiosum*	Ân bổng thuộc thầy dòng.
» *reservatum*	Ân bổng cấm.
» *residentiale*	Ân bổng vì hữu trị sở.
» *sæculare*	Ân bổng thuộc thầy triều.
» *simplex*	Ân bổng đơn.

Beneficium tempo-rarium	Ân bổng tạm thời.
Beneficiarius	Kẻ đang hưởng ân bổng.
Biblia Sacra	Kinh thánh. Sách thánh. Pho Kinh thánh. Bộ Sách thánh.
Bigamus	Người hai vợ. Người hai đời vợ. Song thất nhơn.
Birretum	Mũ (mão) vuông.
» *doctorale*	Mũ tấn sĩ. Mão tiến sĩ (T).
» *rubrum*	Mão đỏ.
Blasphemans	Kẻ lộng ngôn.
Blasphemia	Tội lộng ngôn.
Bona	Của. Của cải.
» *beneficiaria*	Của được bởi bổng Hội thánh.
» *ecclesiastica*	Của Hội thánh.
» *fiducialia*	Của thế lãnh.
» *quasi eccle-siastica*	Của tư thuộc Hội thánh.
» *parcimonialia*	Của kiệm hoá.
Bona patrimonialia	Của tư.
» *temporalia*	Của phần đời.
» *temporaria*	Của tạm thời.
Breviarium	Sách kinh bổn phận.
Bulla	Sắc chỉ Đức Giáo-tông.

— C —

Cadaver	Thây. Xác chết.
Cœlibatus	Bậc kẻ không kết bạn. Ở vậy.
Cœremonia	Lễ phép. Lễ nghi.

Cœremoniarum magister	Thầy áp việc lễ phép (lễ nghi).
Calix	Chén thánh. Chén lễ.
Camera apostolica	Tông phòng.
Cancellaria apostolica	Chưởng ấn tông phòng.
Cancellarius	Thầy chưởng ấn.
Canon	Hội thánh khoản lệ, điều lệ, luật.
Canonicatus	Chức cấp đẳng hội viên.
Canonicus	Cấp đẳng hội viên.
» *ad honorem*	Danh dự cấp đẳng hội viên.
» *jubilatus*	Cấp đẳng hội viên hưu trí.
» *ordinis presbytralis*	Cấp đẳng hội viên về hàng linh mục.
» *regularis*	Cấp đẳng hội viên thuộc dòng.
» *pœnitentiarius*	Cấp đẳng hội viên giải tội.
» *theologus*	Cấp đẳng hội viên (chuyên việc) giảng dạy.
Canonista	Hội thánh luật sư.
Canonizare	Phong thánh.
Canonizatio	Phép phong thánh. Lễ phong thánh.
Capitularis	Thuộc cấp đẳng hội viên.
Capitulum	Cấp đẳng hội.
» *abbatiæ*	Cấp đẳng hội thuộc tu viện.
» *cathedrale*	Hội cấp đẳng nhà thờ chính toà.
Capitulum collegiale	Hội cấp đẳng nhà thờ quần hội.

Cappa		Áo khoác chầu.
Cardinalis S. R. E.		Đức Hồng-y đại phụ. Đức Hồng-y tể tướng. Hội thánh đại trụ.
»	*decanus*	Đức Hồng-y trưởng.
»	*præfectus*	Đức Hồng-y tể tướng thượng thơ.
»	*protector*	Đức Hồng-y bảo hộ.
»	*protodiaconus*	Đức Hồng-y thánh trật phó tế trưởng.
Caritas		Đức kính mến. Đức thương yêu. Ai đức.
Casula		Áo lễ.
Catechesis		Thánh giáo yếu lý khóa. Phép dạy kinh nghĩa.
Catechismus		Sách bổn lẽ cần. Sách kinh nghĩa.
Catechista		Thầy giảng.
Catechumenus		Tân nhập giáo. Chầu nhưng.
Cathedralis		Nhà thờ chính toà.
Cathedraticum		Thuộc toà Giám mục.
Catholicus		Hằng có khắp thế. Công giáo.
Causa		Căn cớ. Cớ. Nguyên do.
»	*efficiens*	Căn cớ phát hành. Nguyên do phát sự.
»	*efficax*	Căn cớ đắc hành. Nguyên do đắc sự. Thần hiệu.
»	*excusans (a lege)*	Cớ miễn chước. Cớ miễn luật.
»	*eximens*	Cớ cất luật.

Causa directe posita	Cớ cất luật đặt ngay.
» » *indirecte*	Cớ cất luật đặt quanh.
finalis	Ý cùng. Cùng đích. Ý chỉ.
» *formalis*	Căn cớ thực dạng.
» *materialis*	Căn cớ hư chất.
» *impediens*	Cớ ngăn trở.
» » *directe*	Cớ ngăn trở ngay.
» » *indirecte*	» » » quanh.
» *proxima*	Cớ gần.
» *remota*	Cớ xa.
» *impulsiva*	Lẽ giục.
» *motiva*	Lẽ cớ.
» *incidens*	Tàn phát sự.
» *major*	Đại sự.
» *mixti fori*	Thuộc lưỡng toà.
» *possessoria*	Việc thuộc hữu đắc sự.
» *per se*	Căn cớ tự thành.
» » *accidens*	Căn cớ tình cờ.
Cautio	Bảo lãnh. Ký của đoan.
Celebrans	Đấng chánh tế.
Censor	Sát hạch viên. Thầy khảo sách.
Censura	Vạ Hội thánh. Vạ dược.
» *ab homine*	Vạ bởi bề trên.
» *a jure*	Vạ bởi luật.
» *reservata*	Vạ dành để. Vạ cấm. Vạ riêng quyền.
Censura prævia librorum	Khảo sách.
Ceroferarius	Thầy cầm đèn (nến).

Chrisma	Dầu thánh tô hợp (bạp).
Christifideles	Bổn đạo. Giáo hữu. Giáo nhơn.
Christus	Chúa Kirixitô.
Christianitas	Họ giáo.
Ciborium	Bình đựng Mình thánh.
Cingulum	Dây thắt lưng.
Circumcisio	Lễ Đặt Tên. Phép cắt bì.
Citatio	Đòi. Trát đòi.
Clausura	Nội cấm tu viện.
Clericus	Thầy có chức trong Hội thánh
» *major*	Thầy có chức thánh.
» *minor*	Thầy có chức nhỏ.
» *regularis*	Thầy có chức Hội thánh ở dòng khấn trọng thể.
» *religiosus*	Thầy có chức Hội thánh ở dòng (thuộc dòng).
» *sæcularis*	Thầy có chức Hội thánh thuộc triều.
Clerus	Các thầy có chức Hội thánh.
Coactio	Bắt ép.
Coadjutor	Phó. Phụ.
Coadjutoriæ	Phó quản sự.
Codex	Sách luật. Bộ luật.
Codex juris canonici	Bộ luật Hội thánh.
Cælum	Trời. Thiên đàng.
Cohabitatio	Đồng cư.
Collatio (beneficii)	Trao ân bổng.
Collationes	Đàm đạo.
Collegium (sacrum)	Hồng-y nội các hội.

Commenda temporaria	Ban lộc tạm thời.
Comitia	Hội đồng.
Commissio	Ủy thác hội. Giao việc cho.
Communio	Hiệp (hợp) cùng. Thông công. Chịu lễ.
Communitas	Nhà chung. Hội.
Competentia	Quyền hạn. Có quyền.
Complex	Đồng tình. Đồng phạm.
Conatus delicti	Toan lỗi.
Concilium	Công đồng. Công luận. Công hội.
» *œcumenicum*	Công đồng chung.
» *nationale*	Công đồng nước.
» *plenarium*	Công đồng sung mãn.
» *provinciale*	Công đồng xứ.
Conclave	Hội phòng kín.
Conclusio in causa	Xong việc công phán.
Concordata	Tờ giao ước. (Toà thánh cùng nhà nước).
Concordatio dubiorum	Phân giải các đều nghi hoặc.
Concubinarius	Nam nữ lộng cư. Kẻ dâm bôn
Concurrentes ad delictum	Thông đồng tác tệ. Thông công sự lỗi.
Concursus (in collatione beneficiorum)	Đấu thi.
Conditio essentialis	Đều cốt yếu.
Conferentia	Diễn thuyết.

Confessarius	Thầy cả giải tội.
Confessio	Xưng tội. Thú tội. Xưng đạo ra.
Confessor	Thánh hiền tu.
Confirmatio	Phép thêm sức (cho mạnh đạo).
Confirmatio elec-tionis	Phê nhận việc bầu cử.
Confraternitas	Họ. Hội.
Confucianismus	Nho giáo. Khổng giáo.
Congregatio	Hội đồng. Bộ Toà.
» *cœremonialis*	Bộ áp việc lễ nghi.
» *Concilii*	Bộ áp việc Công đồng.
» *Consistorialis*	Toà áp việc các địa phận.
» *de disciplina sacramentorum*	Toà áp việc các phép Bí tích.
» *de negotiis Ecclesiæ extraordinariis*	Toà áp việc phi thường.
» *negotiis Religiosorum sodalium præposita*	Toà áp việc các nhà dòng.
» *de Propaganda Fide*	Toà áp việc giảng đạo.
» *de Seminariis et Universitatibus*	Toà áp việc học.
» *Sancti Officii*	Toà áp việc đức tin.
» *Sacrorum Rituum*	Bộ lễ. Toà áp việc các lễ phép

Congregatio pro Ecclesia Orientali	Toà áp việc Giáo hội bên Đông.
» *juris diœcesani*	Dòng thuộc quyền Giám mục.
» *juris Pontificii*	Dòng thuộc quyền Toà thánh.
» *monastica*	Hội tu viện.
» *primaria*	Hội đệ nhứt.
Consecratio	Phép hiến thánh.
» *calicis*	Làm phép chén thánh.
» *ecclesiœ*	Làm phép xức dầu nhà thờ.
Consiliarius	Nghị viên. Thương biện.
Consilium	Hội nghị.
» *administrationis*	Hội nghị quản lý.
» *consistorium*	Tông mục hiệp nghị.
» *fabricæ*	Hội nghị lo của nhà thờ.
» *privatum*	Hội nghị tư.
» *publicum*	Hội nghị còng.
Constitutiones (religiosæ)	Luật phép nhà dòng.
Consuetudo	Thói lễ.
Consultores diœcesani	Hội viên tư vấn địa phận.
Contestatio litis	Tố tụng chi đáp sự. Đối nại.
Contractus	Lời giao. Lời giao kết. Khế ước. Tờ giao ước.
Convalidatio matrimonii	Sự sửa lại cho thành, phép hôn phối.
Conversi (religiosi)	Thầy dòng phụ việc. Thầy sử dịch.

Cooperatio positiva	Thông công dự hành.
» *negativa*	Thông công khuyết hành.
» *directa*	Giúp ngay vào việc.
» *indirecta*	Giúp quanh.
Corporale	Khăn Mình thánh.
Corpus Domini (*Festum*)	Lễ Mình thánh Chúa. Lễ thánh Thể.
Correptio	Sửa bảo. Khiển trách.
» *judicialis*	Toà án khiển trách.
Crimen	Trọng tội.
» *falsi*	Giả mạo trọng tội.
Crucifigere	Đóng đinh vào cây thánh Giá
Crux	Cây thánh Giá. Cây thập tự Giá. Hình chữ thập.
» *signum*	Dấu thánh Giá.
Culpabilitas	Có tội. Có tội khả trách.
Cultus	Phượng sự. Thờ phượng. Kính thờ.
» *publicus*	Công phượng sự.
» *privatus*	Tư phượng sự.
» *absolutus*	Kính thờ chính vị.
» *relativus*	Kính thờ chỉ vị.
» *latriæ*	Thờ phượng Chúa. Phượng sự chơn Chúa.
» *hyperduliæ*	Kính thờ Đức Bà. Phượng sự bậc siêu thánh.
» *duliæ*	Kính thờ các thánh. Phượng sự các thánh.
Cumulatio	Kiêm.
Curator	Kẻ coi sóc. Giám hộ.

Curia diœcesana	Chính phủ địa phận.
» *Romana*	Triều Toà thánh.
Cursor	Kẻ chạy giấy. Thừa phái tuyên án.
Custodia	Hộp để Mình thánh kẻ liệt.
Cyclus	Châu (chu) giáp. Vòng năm. Vận niên.

— D —

Dalmatica	Áo thầy phó tế.
Dataria apostolica	Phê chuẩn tông phòng.
Decanatus	Linh mục trưởng quản hạt.
Decanus	Linh mục trưởng.
Decimæ	Thuế thập phần chi nhứt. Thuế mười phần một.
Declaratio	Khai. Rao. Thuyên phán.
Decretum	Chỉ. Dụ. Lệnh. Sắc. Nghị định (Arrêté).
» *judiciale*	Thẩm định.
Dedicatio (ecclesiæ)	Lễ làm phép nhà thờ. Lễ khánh tán.
Defensio	Lễ binh vực. Lễ chống cãi.
Defensor	Đấng bảo trợ.
» *vinculi matri-* *monialis*	Đấng bảo trợ phép hôn phối. Đấng binh phép hôn phối.
Degradatio	Tuyệt ngôi.
Delegatus	Đại biểu. Kẻ quyền sai.
» *apostolicus*	Khâm sai Toà thánh. Khâm mạng Toà thánh.

Delictum	Lỗi. Tội lỗi.
» *notorium*	Tội trống tỏ. Tội tỏ rõ.
» *occultum*	Tội kín.
» *publicum*	Tội trống trải.
Delinquens	Tội nhơn (nhân).
Denuntiatio	Cáo giác. Tố giác.
Depositio	Truất ngôi. Cách.
Depositum	Của ký. Của gởi.
Deputati	Phái viên. Nghị viên.
Desiderium efficax	Sự ước ao nhứt định.
» *inefficax*	Sự ước ao nhưng không.
Deus	Đức Chúa Trời (Lời). Thiên Chúa.
Diaconatus	Chức thầy phó tế. Chức thầy sáu.
Diaconus	Thầy phó tế. Thầy sáu chức. (*par abbr.* Thầy sáu.)
Dignitas	Chức phẩm.
Diœcesis	Địa phận Giám mục. Quản hạt Giám mục.
Dimissio	Cho về. Đề. Từ bỏ.
Disceptatio	Biên nhận việc thẩm phán.
Disciplina	Phép tắc. Luật phép. Khuôn phép.
Discussio causæ	Tra việc. Tra.
Dismembratio	Phận ra.
Disparitas cultus (impedimen- tum)	Khác đạo. Ngăn trở khác đạo
Dispensatio	Chuẩn. Tha.

Dispensatio abso- luta	Tha hẳn. Chuẩn hẳn.
» *conditionalis*	Tha, chuẩn tùy như.
» *obreptitia*	Tha, chuẩn phải đều gian.
» *subreptitia*	Tha phải đều lậu.
Dissimulatio (*sacramenti*)	Che khuất phép bí tích.
Simulatio (*sacramenti*)	Giả cách làm phép.
Distributio	Phân phát. Nhựt lương phát.
Districtus	Xứ. Tổng hạt. Địa hạt. Địa sở.
Divisio	Phân tích. Phân chia.
Doctor	Tấn (tiến) sĩ. Thánh sư.
Doctrina	Giáo. Lẽ đạo. Giáo lý. Đều dạy.
» *damnata*	Lẽ đã luận phi.
Documenta	Chứng thơ (thư). Điền tích. Giấy má.
Dogma	Tin lý học. Những đều buộc phải tin.
Dolus	Mưu kế. Chước dối. Mưu chước.
Domicilium	Gia cư.
Quasi-domicilium	Nửa gia cư.
Domicilium parœ- ciale	Linh mục quản hạt gia cư. Có gia cư trong địa sở.
» *diœcesanum*	Giám mục quản hạt gia cư. Có gia cư trong địa phận.
Dominica dies	Chúa nhựt. Chủ nhật.
Donatio	Cho. Dâng. Cúng.
Dos	Tiền vào dòng. Của vu qui.

Dos beneficii	Của hiệp (hợp) ân bổng.
» *fundationum*	Của hiệp (hợp) cơ bổn (bản).

— E —

Ebrietas perfecta	Say mê.
» *imperfecta*	Say vậy. Say vừa vừa.
Ecclesia	Hội thánh. Nhà thờ. Giáo hội.
» *catholica*	Công giáo hội ; hẳng có *ở* khắp thế.
» *capitularis*	Nhà thờ sở cấp đẳng hội.
» *cathedralis*	Nhà thờ chính toà.
» *collegialis*	Nhà thờ sở quần hội.
» *conventualis*	Nhà thờ sở tu viện.
» *Orientalis*	Giáo hội bên Tiểu Đông.
» *parœcialis*	Nhà thờ bổn sở. (T.) Nhà thờ nhà xứ. Nhà thờ trị sở.
Effectus	Công hiệu.
Efficacitas	Hiệu lực. Hành lực. Thần hiệu.
Egressus a religione	Xuất dòng.
Electio	Bàu cử. Tuyển cử.
Elementa (quinque)	Ngũ hành.
» *constitutiva*	Nguyên tố.
Elementum	Nguyên hành.
Emendatio	Chửa. Sửa mình lại.
Emphyteusis	Khế diền địa. Tờ cho thuê ruộng.

Encyclica	Thơ chung Toà thánh. Thư chung lục tổng mọi nơi.
Epikeia	Ý nghĩa công bằng.
Epiphania	Lễ Ba Vua.
Episcopatus	Chức Giám mục.
Episcopium	Giám mục quản hạt địa phận.
Episcopus	Giám mục. Chánh Giám mục. Đức Cha.
» *auxiliaris*	Phụ Giám mục.
» *coadjutor*	Phó Giám mục.
» *proprius*	Giám mục riêng mình.
» *residentialis*	Giám mục có toà.
» *titularis*	Giám mục không toà.
Epitaphia	Văn bia. Bia tặng.
Eremita	Ẩn tu. Tu rừng.
Error	Lầm (nhăm).
Essentia	Yếu thể. Cốt yếu.
Eucharistia	Phép thánh Thể. Phép Mình thánh Chúa.
Evangelista	Thánh Sử. Đấng chép sách tin lành.
Evangelium	Sách tin lành. Sách Sử thánh.
Evidentia	Lý hiển nhiên.
Examinatores synodales	Công đồng cử viên giám khảo.
Excardinatio	Xuất chinh ngạch. Phóng tịch.
Exceptio (judicialis)	Phép trừ tố sự.
» *doli*	» » » » vì hữu man.
» *excommunicationis*	» » » » vì hữu tuyệt thông.

Exceptio incompetentiæ	Phép trừ tố sự vì vô quyền hạn.
» *litis finitæ*	» » » » vì hữu tận tụng.
» *metus*	» » » » vì hữu sợ hãi.
» *nullitatis sententiæ*	» » » » vì hữu phi án
» *peremptoria*	» » » » đứt việc.
» *possessoria*	» » » » vì hữu đắc sự
» *suspicionis*	» » » » vì hữu nghi.
Exclaustratio	Sắc miễn cư ngoại tu viện.
Excommunicatio	Vạ dứt phép thông công. Vạ tuyệt thông.
Excommunicatus	Bị vạ tuyệt thông.
» *toleratus*	Bị vạ tuyệt thông không phải lánh.
» *vitandus*	Bị vạ tuyệt thông phải lánh.
Exemptio	Chuẩn miễn. Miễn trừ.
Exercitium juris	Thi hành quyền. Dùng quyền.
Exorcista	Thầy có chức trừ quỉ. Thầy ba (p. abbr.)
Expensa judicialis	Lệ phí.
Expositus (infans)	Trẻ bỏ liều.
Exsecratio	Mất phép.
Exsecutio sententiæ	Thi hành án.
Exsequiæ	Lễ tống táng. Lễ chôn xác.
Exstasis	Ngất trí.
Exstinctio (Actionum)	Hết phép tố sự. Hết hạn. Mãn hạn.

Extrema-Unctio	Phép Xức dầu thánh cho kẻ liệt.
Exuviæ	Hài cốt.

— F —

Fabrica	Hội coi giữ của nhà thờ.
Facultas	Phép. Quyền. Quyền phép.
» *catholica*	Công giáo đại học pháp. Cao đẳng trưởng học.
Familiaris	Gia nhơn.
Fatalia appella-tionis	Kỳ hạn kháng án. Hết hạn chống án.
» *legis*	Kỳ bạn. Hết hạn luật.
Fatalitas	Số mệnh (mạng). Vận mạng (mệnh).
Fama (bona)	Tiếng tốt. Thanh danh. Danh dự. Thom danh.
Felicitas	Phúc thanh nhàn.
» *perfecta*	Toàn phúc. Trọn phúc. Hoàn phúc. (C) phước.
Feria (in judiciis)	Ngày nghỉ việc.
Fetichismus	Thờ tạp vật.
Fidejussio	Bầu chủ. Bầu lĩnh (lãnh).
Fides actualis	Việc đức tin. Đức tin giục lòng.
» *habitualis*	Nhơn đức tin. Lòng tin. Đức tin nhiễm lòng.
Filius adulterinus	Con ngoại tình.
» *naturalis*	Con hoang dâm. Con tự nhiên

Filius spurius	Con trái tình.
Finis totalis (unicus)	Ý nguyên toàn. Ý độc nhất.
Firmamentum	Các tầng trời. Bầu trời.
Forma	Mô. Mô truyền.
Forum	Toà.
» *competens*	Toà có quyền.
» *externum*	Toà ngoài.
» *internum*	Toà trong.
» *mixtum*	Lưỡng toà. Toà trong ngoài.
» *necessarium*	Toà cần.
» *privilegiatum*	Toà hữu tư ân thành luật.
Fructus	Bổng lộc. Hoa lợi. Ích lợi. Kết quả.
» (*Missæ*) *generalis*	Ơn ích chung.
» » *specialis*	Ơn ích riêng.
» » *specialissimus*	Ơn ích riêng một thầy tế lễ.
Fugitivi (religiosi)	Thầy dòng trốn. Thầy trốn dòng.
Functiones	Việc bổn phận.
Fundationes (piæ)	Cơ bản phúc đức.
Funera	Tống táng. Lễ tống táng. Lễ chôn xác.

— G —

Generatio	Sinh. Sinh ra. Đời.
» *spontanea*	Tự hoá sinh.
Genus	Loài. Giống.

Gradus academicus	Phẩm hàn lâm.
Gratia	Ơn thánh. Ơn Chúa. Ơn.
» *actualis*	Ơn giúp. Ơn thúc giục.
» *habitualis*	Ơn nghĩa.

— H —

Habitus (religionis)	Áo dòng.
» *clericalis*	Áo đen dài. Áo thâm dài.
Hœresis	Sự lạc đạo. Lẽ rối. Tả thuyết.
Hœretici	Người lạc đạo. Người rối đạo.
» *formales*	Kẻ chủ ý rối đạo. Kẻ rối đạo lòng gian.
» *materiales*	Kẻ không chủ ý rối đạo. Kẻ rối đạo lòng ngay.
Hebdomas	Tuần lễ. Tuần.
Heroicitas (Virtu- tum)	Nhơn đức cao thượng.
Hierarchia	Trật tự.
» *ecclesiastica*	» » Hội thánh.
» *jurisdictionis*	» » hữu quyền.
» *ordinis*	» » hữu chức.
» *sacra*	Thánh trật tự.
Honestas publica	Ngăn trở ô danh.
Horæ cononicæ	Giờ kinh bổn phận.
Hosanna	Vạn tuế. Lời tung hô.
Hostia	Của lễ. Mình thánh. Hình bánh. Bánh lễ.
Hymnus	Ca vịnh. Ca tụng. Văn thơ.

Hypnosis	Thiếp tướng. Thuật (phép) thiếp tính.
Hypnotismus	Thiếp tính. Phép thiếp tính.
Hypostasis	Ngôi. Vị.
Hypostatica Unio	Hiệp thành một ngôi.
Hypotheca	Căm cố.

— I —

Idololatria	Thờ bụt thần. Thờ tà thần. Thờ giống vật.
» *perfecta*	Thờ dối trá cách trọn.
» *imperfecta*	Thờ dối trá cách chẳng trọn.
Idoneitas	Đáng. Có đủ tư cách.
Ignorantia	Mê muội. Không biết.
Illegitimus filius	Con ngoại luật.
Immanens	Nội hành. Có trong.
Immediatus	Liên tiếp. Trực tiếp.
Immensitas	Vô lượng vô biên.
Immunitas eccle- siastica	Ơn rộng Hội thánh miễn chước.
Impedimenta	Ngăn trở.
Impotentia	Bất thể. Không thể giao cảm. Bất lực.
Impubes	Chưa đến tuổi. Thiếu niên.
Imputabilitas	Trách nhiệm. Trách cứ.
Imputabilitas actu- um humanorum	Trách nhiệm việc nhơn linh.
Incardinatio	Nhập tịch. Nhập chính ngạch (địa phận).

Incola	Nhơn cư. Người có cửa nhà.
Incompatibilitas	Bất tương hợp. Xung khắc. Bất hợp.
Incompetentia	Vô quyền hạn.
Indivisibilis	Không chia được.
Indulgentia	Ân xá.
» *partialis*	Ơn tiểu xá.
» *plenaria*	Ơn đại xá.
Indultum	Sắc ban. Sắc tha. Sắc chuẩn. Sắc miễn.
Infamia	Ô danh. Tiếng xấu.
Infantes	Trẻ con. Trẻ nhỏ. Đồng ấu.
Infernum	Hoả ngục.
Infidelis	Vô đạo. Ngoại đạo.
Infidelitas	Sự vô đạo.
Informationes orales	Diễn lại giảng khẩu.
Inhabilitas	Không đủ tư cách.
Inhibitio exercitii juris	Cấm tạm dùng quyền.
Injuria	Lỗi quyền. Xâm phạm. Sỉ nhục.
Innocentes SS.	Các thánh Anh hài.
Inquisitio judicialis	Thám sách. Tra xét.
Insignia	Phẩm hiệu. Ấn tước.
Instantia litis	Khẩn cấp sự. Khẩn nại.
Instinctus	Tính tự phát. Tính phát động tự nhiên.
Instituta ecclesiastica	Hội thánh lập viện.
Institutio canonica	Cứ phép Hội thánh mà đặt.
Instructio processus	Tra hỏi. Tra xét. Cứu tra. Thôi cứu.

Instructor	Quan cứu tra. Quan dự thẩm.
Instrumentum	Thư chứng. Tờ khế.
Interdictus bonis	Kẻ mắc vạ cấm dùng quyền về của.
Interdictum	Vạ nghiêm cấm.
» *ab ingressu ecclesiæ*	Vạ cấm vào nhà thờ.
Internuntius apostolicus	Quyền tông mục khâm sứ.
Interpellatio	Hỏi. Kêu hỏi.
Interstitium	Thì cách khoảng.
Interpretatio authentica	Chính quyền cắt nghĩa.
» *doctrinalis*	Danh lý cắt nghĩa.
» *usualis*	Thói quen cắt nghĩa.
Intimatio	Truyền.
Introductio causæ	Đầu đơn xin làm án.
» *litis*	Phát đơn kiện.
Irregularitas	Bất hiệp luật. Thứ ngăn trở.
» *ex defectu*	Ngăn trở bởi khiếm khuyết.
» » *delicto*	» » » tội.
Irritatio	Phi. Bác.
Irrogatio pœnæ	Phạt. Tuyên phạt.

— J —

Jubilatio	Hưu trí.
Jubilæum	Ơn toàn xá.
Judex	Quan xét. Quan đoán xét.
» *delegatus*	Quan xét thừa sai.

Judices collegiales	Quan xét quần hội
» *prosynodales*	Quan xét cử ngoại công đồng.
» *synodales*	» » » nội » »
Judicium	Lý đoán. Án.
» *criminale*	Đoán tội sự.
» *de idoneitate*	Lý đoán ưng đáng.
Jura	Quyền.
» *quæsita*	» đã được.
Jurisdictio	Quyền cai.
» *delegata*	» lãnh.
» *subdelegata*	» tái lãnh.
» *ordinaria*	» chính.
» *quasi-ordi-naria*	» hầu như chính.
» *ordinaria pro-pria*	» chính thực thụ.
» » *vicaria*	» » thừa sai.
Jus divinum	Lề luật Đức Chúa Trời.
» *objectivum*	Luật pháp.
» *subjectivum*	Quyền.
» *vetus*	Luật cũ.
Jusjurandum	Lời thề.
» *decisorium*	» » quyết định.
» *judiciale*	» » nơi toà án.
» *æstimatorium*	» » đoán hại.
» *suppletorium*	» » bồi chứng.
Justitia commuta-tiva	Phép công bằng tương giao.
» *distributiva*	» » » phân phát.
» *legalis*	» » » chiếu luật.

— L —

Laicus	Giáo hữu. Người phần đời.
Lector	Thầy có chức đọc sách. Thầy hai chức, (P. abbr.) Thầy hai.
Legata pia	Của trối về việc phúc đức.
Legatus	Sứ. Khâm sứ.
» *Pontificis*	Tông mục Khâm sai. Khâm mạng Toà thánh.
Legatus a latere	Tông mục toàn quyền Khâm sai.
Legitimatio (prolis)	Phép làm cho con nên chính.
Legitimitas	Hiệp luật. Phải phép.
Legitimus (filius)	Con chính.
Lenocinium	Tội nghề lầu xanh.
Lex	Luật. Công lệ. Luật lệ. Lề luật.
» *inhabilitans*	Luật làm cho bất năng.
» *irritans*	Luật làm cho bất thành. Luật phi.
» *moralis*	Luật buộc tội. Luật công quá.
» *pœnalis*	Luật hình. Gia phạt luật.
Libellus	Đơn.
Libertas	Quyền chủ trương. Tự do.
» *a coactione*	Thong dong bề ngoài.
» *a necessitate*	» » » trong. Quyền tự chủ.
» *contradictionis*	Tự do chọn có hay chăng. Tự do kính phần.

Libertas contra- rietatis	Tự do chọn trong hai đều chống nghịch nhau. Tự do phản đối.
» *specificationis*	Tự do chọn trong những đều khác nhau. Tự do biện loại.
Licitatio	Đấu giá.
Limbi	Hài ngục. Ngục tổ tông (Tổ ngục).
Limina Apostolorum	Mồ ông thánh Phêrô cùng ông thánh Phaolồ.
Lingua liturgica	Tiếng Hội thánh dùng. Tiếng lễ phép.
Litaniæ	Kinh cầu.
Lites	Kiện. Kiện cáo.
Litteræ	Thơ (thư).
» *apostolicæ*	Thơ Toà thánh. Chiếu chỉ Toà thánh.
» *commendatitiæ*	Thư giới thiệu. (C.) thơ giái thiệu.
» *dimissoriæ*	Thư phóng thủ.
» *remissoriales*	Ủy thác thơ.
» *testimoniales*	Thơ vì bằng. Tờ chứng.
Liturgia	Thánh lễ phép. Thánh lễ qui.
Loca sacra	Nơi thánh. Chỗn thánh.
Locatio	Cho thuê. Cho mướn.
Locus originis	Bổn quán. Quê quán. Tổ quán.
Lunula	Hộp kính hào quang. Kính mặt nhật.

— M —

Magister	Thầy. Giáo sư. Thầy giáo Thầy dạy.
Magnetismus	Thiếp tướng. Thiếp tính. Đồng thiếp.
Major	Trưởng thành.
Mandatum	Lời truyền Lệnh.
Manipulus	Dây đeo tay.
Martyr	Đấng tử vì đạo.
Martyrium	Sự tử vì đạo.
Massonica secta	Bè nhiệm thợ nề. Bè ba chấm.
Materia	Chất. Nguyên chất. Vật chất. Vật liệu.
Matrimonium	Phép hôn phối.
» *legitimum*	Hôn phối theo phép.
» *conscientiæ*	» » mật kín. Hôn phối mật tâm.
» *consummatum*	» » hoàn toàn.
» *mere civile*	» » nguyên phần đời.
» *putativum*	» » ngộ nhận. Hôn phối ngờ là thành.
» *ratum*	» » lễ thành.
Media annata	Nửa phần hoa lợi trong một năm.
Mensa episcopalis	Tài sản toà Giám mục.
Meritum de condigno	Công đáng thưởng.
» » *congruo*	Công khả thưởng.
Metropolita	Tổng tỉnh thành Giám mục.

Metropolitanus	Tổng Giám mục.
Minister extraordi- *narius Sacra-* *mentorum*	Đấng phụ quyền làm phép Bí tích.
» *ordinarius*	Đấng chính quyền làm phép Bí tích.
Minor	Thiếu tuổi. Thiếu niên.
Miraculum	Phép lạ.
Missa	Phép tế lễ Mình thánh.
» *fundata*	Lễ ký lập. Lễ hậu.
» *manualis*	Lễ giao tay.
» *non privilegiata*	Lễ không có thế riêng.
» *privilegiata*	Lễ có thế riêng.
» *votiva*	Lễ tùy ý.
Missionarius	Linh mục sứ. Đấng Toà thánh sai giảng đạo.
Monachus	Thầy dòng. Thầy tu hành.
Monasterium	Tu viện. Nhà tu hành. Nhà dòng.
Monialis	Nữ tu.
Monitio	Nhủ bảo. Lời khuyên bảo.
Monopolium publi- *cum*	Cầm hàng cách công chúng.
» *privatum*	Cầm hàng cách tư gia.
Monstrum	Giống quái.
Moralis	Luân lý học.
» *generalis*	» » chung.
» *spesialis*	» » riêng.
Moralitas actuum *humanorum*	Sự tốt xấu việc nhơn linh. Phẩm độ việc nhơn linh.

Motivum	Cớ. Lẽ cớ. Lẽ vịn. Lẽ giục.
Motu proprio	Tự ý mình. Sắc chỉ tự ý.
Mulcta pecuniaria	Vạ tiền. Phạt tiền.
Mutatio	Sự biến cải. Thay đổi.
» *intrinseca*	Sự biến cải nội.
» *extrinseca*	Sự biến cải ngoại.
» *substantialis*	Đổi nội thể. Đổi đều chính, đều cốt.
» *accidentalis*	Đổi ngoại thể. Đổi đều tùy.
Mutuæ petitiones	Tương khất sự.

— N —

Natura	Bản tính.
Neophyta	Bổn đạo mới.
Necrologia	Bài kể hạnh kẻ chết. Văn thảo. Văn ai.
Nirvana	Hư vô lịch diệt. Niết-bàn.
Notarius	Lục sự. Thư ký. Ký lục.
Novæ nuptiæ	Tái thú giá. Tái hôn,
Novitiatus	Kỳ tập. Nhà tập.
Nullitas	Phi. Bị phi.
Nuntius apostolicus	Tông mục Khâm sứ. Khâm. mạng Toà thánh. Khâm mạng Khâm sai.

— O —

Objectum (peccati)	Chính việc có tội. Chính đều lỗi.
Oblatio	Của dàng cúng. Của dàng, Của cúng.

Obreptio	Khai thêm đều gian.
Obrogatio	Biến cải.
Œconomus	Quản gia. Người giữ việc.
Officia Curiæ Romanæ	Chức nhậm triều Toà thánh.
Camera	Tông phòng.
Cancellaria Apostolica	Chưởng ấn Tông phòng. Toà áp việc thơ từ.
Dataria	Phê chuẩn Tông phòng. Toà áp việc ân bổng.
Secretaria Status	Quắc vụ phòng.
Officia divina	Những việc thờ phượng Chúa.
» *ecclesiastica*	Chức nhậm trong Hội thánh.
Officiales S.R. Congregationum	Quan đại thần các toà các bộ Triều thánh.
Officium divinum	Kinh bổn phận.
Omnipotens	Phép tắc vô cùng. Toàn năng.
Opinio communior	Ý tưởng nhiều thầy hơn.
» *communissima*	» » » » lắm.
» *communis*	» » hầu hết các thầy. Ý tưởng chung.
» *probabilis*	Bề có lẽ mạnh. Phe có lẽ mạnh.
» *probabilior*	» » » » hơn.
» *probabilissima*	» » » » lắm.
Oppignoratio	Cầm.
Optio	Phép chọn.
Oratorium	Nhà nguyện.
» *publicum*	» » chung.
» *privatum*	» » tư.

Oratorium semi-publicum	Nhà nguyện nửa công nửa tư, công tư.
Ordinarius	Bề trên chính quyền.
» *loci*	Bề trên chính quyền địa phận.
Ordinatio sacra	Làm phép truyền chức thánh.
Ordo (sacramentum)	Phép truyền chức thánh.
Ordo regularis	Dòng khấn trọng thể.
Ostentum	Giống quái.
Ostiarius	Thầy có chức giữ cửa. Thầy một chức, (*par abbr.*) Thầy một.

— P —

Pactum	Giao ước. Giao kết.
Palla	Tấm che, tấm đậy chén thánh.
Pallium	Phẩm phục tổng Giám mục.
Papa	Đức Giáo hoàng. Đức Giáo tông.
Paracletus	Đức Chúa Thánh Thần. Đấng yên ủi.
Parochus	Linh mục bổn sở. Linh mục chính xứ. Cha bổn sở.
Quasi-parochus	Quyền bằng linh mục chính xứ.
Parochi consultores	Linh mục chính xứ thương nghị.
Paroecia	Xứ linh mục. Sở linh mục. Chính xứ. Bổn sở.
Quasi-paroecia	Tương tợ chính xứ.

Partes in causa	Bên dương sự. Bên đương kiện.
Patena	Dĩa thánh.
Patres	Thánh phụ. Giáo phụ.
Patriarcha	Thánh Tổ tông. Thượng phụ giáo chủ.
Patrinus (a)	Cha (mẹ) cầm đầu. Bõ (vú) đỡ đầu. Cha (mẹ) thiêng liêng.
Patronus	Quan thầy. Quan bàu chủ. Bổn mạng.
Peccatum originale	Tội tổ tông. Tội tổ tông truyền.
» *actuale*	Tội riêng. Tội mình làm.
» *ignorantiæ*	Tội lầm lỡ. Tội bởi lầm lỡ.
» *infirmitatis*	Tội bởi tính yếu đuối.
» *malitiæ*	Tội cố tình.
» *formale*	Tội chủ ý.
» *materiale*	Tội ngoại ý.
» *grave ex toto genere suo*	Tội nguyên giống nặng.
» *grave ex genere suo*	Tội thuộc giống nặng.
» *cordis*	Tội lòng động lòng lo. Tội ý tưởng.
» *oris*	Tội lời nói.
» *operis*	Tội việc làm.
Peregrinus	Khách bộ hành. Người hành lữ. Người đi đàng. Người qua giang.
Peritus	Người thiện nghệ, có tài. Người tài nghề.
Perjuri	Kẻ hư thệ. Kẻ lỗi lời thề.

Perquisitio	Tầm nã. Tầm soát.	
Persona	Ngôi. Vị.	
» *physica*	Thực nhân.	
» *moralis*	Pháp nhân.	
» *collegialis*	Cóng hội nhân.	
» *non collegialis*	Vô công hội nhân.	
» *ecclesiastica*	Thành hội nhân.	
» *major*	Người trưởng thành.	
» *minor*	Người thiếu niên.	
Philosophia	Triết học. Triết học khoa. Phép cách vật.	
Physiologia	Hài thể học.	
Physica	Bác vật. Hình tánh học.	
Pileolus	Mũ sợi. Mũ nhỏ.	
Pœna	Hình phạt. Vạ.	
» *a jure*	» » do luật phép.	
» *ab homine*	» » » nhơn quyền. Bởi bề trên.	
» *determinata*	» » định hạn.	
» *indeterminata*	» » vô định hạn.	
» *medicinalis*	» » dược.	
» *vindicativa*	» » báo tội.	
» *temporalis*	Vạ tạm thì. Bị án định hạn.	
» *ferendæ sen- tentiæ*	Vạ hậu kết.	
» *latæ sententiæ*	Vạ tiền kết. Vạ mắc tức thì.	
Pœnitentia (sacra- mentum)	Phép giải tội.	
Pœnitentiaria sacra	Toà áp việc toà trong. Toà áp việc tha tội vạ.	

Pœnitentia	Việc đền tội.
Pœnitentiarius major	Đấng toàn quyền toả trong.
Ponens	Đấng phát vấn.
Pontifex	Giám mục.
» *Romanus*	Đức Giám mục thành Rôma.
» *Summus*	Đức Giáo hoàng. Đức Giáo tông.
Pontificale	Sách lễ nghi Giám mục.
Pontificalia	Biểu nghi Giám mục.
Positiones (articuli)	Vấn đề.
Possessio	Hưởng đắc sự. Đang được.
Postulatio	Xin đặt lại.
Postulatus	Kỳ xin vào dòng.
Postulator	Đấng cầu xin.
Potentia	Năng lực. Tài năng. Phép tắc.
Potestas	Quyền.
» *coactiva*	» bắt ép.
» *delegata*	» sai. Quyền lãnh.
» *judicialis*	» thẩm phán.
» *jurisdictionis*	» trị.
» *ordinaria*	Chính quyền.
» *ordinis*	Quyền theo chức.
Præbenda	Bổng lộc.
Præcedentia	Ngôi thứ.
Præcedentia juris	Ngôi thứ theo luật.
Præceptum	Linh. Lời truyền.
Prædeterminatio	Sự định trước.
Præfectura apostolica	Tòng phủ quản hạt.

Præfectus	Phủ.
» *apostolicus*	Tông phủ.
Prælatura nullius	Giám chức quản biệt hạt.
Prælatus	Giám chức. Bề trên.
» *nullius*	» » biệt hạt.
Præmotio	Tiên động.
Præscriptio	Lệ kinh niên. Lệ kinh cửu. Phép kinh.
Præscriptum	Chỉ định.
Præsens	Hiện tại.
Præsentatio (ad beneficium)	Tiễn cử.
Præses	Chủ toạ. Hội trưởng. Toạ trưởng.
Præstationes parœciales	Bổng thuế thuộc linh mục quản hạt.
Præsumptio	Trắc định. Đoán phỏng.
Præternaturale	Ngoài tính tự nhiên.
Præventio	Chấp việc trước.
Praxis	Ứng dụng. Thực hành. Cách dùng. Cách làm.
Presbyter	Thầy cả, Linh mục.
» *assistens*	Thầy cả phụ giúp
Presbyteratus	Chức thầy cả.
Primas	Trưởng Giám mục.
Primatiæ Associationes	Họ đệ nhứt.
Primitiæ	Của đầu hết. Của đầu mùa.
Principia reflexa	Câu luận. Những lẽ chung chỉ về cách làm.

Principium		Nguyên lý. Lẽ gốc.
»	*causalitatis*	Nhơn quả nguyên lý.
»	*contradictionis*	Kính phản nguyên lý.
»	*exclusionis*	Tương diệt nguyên lý.
»	*identitatis*	Đồng nhứt nguyên lý.
Prioritas		Trước tiên.
»	*naturæ*	Trước cứ tính.
»	*ordinis*	Trước cứ thứ tự trong ý.
»	*temporis*	Trước cứ thì.
Privatio		Cất. Cất lấy.
Privilegium		Ơn riêng. Phép riêng. Ơn luật.
»	*altaris*	Ân xá bàn thờ.
»	*canonis*	Ơn riêng luật Hội thánh.
»	*favorabile*	Ơn luật làm ích.
»	*fori*	Ơn toà.
»	*gratiosum*	Ơn nhưng không.
Privilegium odiosum		Ơn luật sinh nặng nề.
»	*remuneratorium*	Ơn luật thưởng.
Probatio		Chứng nghiệm.
Processio		Cuộc kiệu. Đi kiệu.
Processus		Đám kiện. Án. Làm án.
Procurator		Quản sự.
Professio Fidei		Xưng đức tin.
»	*religiosa*	Khấn trong dòng.
Promotor Fidei		Chưởng tín.
»	*justitiæ*	Chưởng lý.
Promulgatio legis		Rao luật.
Propræfectus Apostolicus		Thế vị tông phủ.

Propheta	Đấng tiên tri.
Proprietas (Quali- *tates)*	Đặc cách. Đặc tính. (Tư cách) .
Protestans	Kẻ phản giáo.
Protonotarius	Lục sự đệ nhứt phẩm.
Provicarius Aposto- *licus*	Đấng thế Giám mục đại nhậm Toà thánh.
Providentia	Quản phòng. Cai quản. Cai trị.
Provisio canonica	Cứ luật Hội thánh mà đặt.
Prudentia guber- *natrix*	Đức khôn ngoan cai trị.
» *privata*	» » » tư.
Psychologia	Linh tính học. Tân lý học.
» *experimentalis*	Linh tính thí nghiệm học.
» *rationalis*	Linh tính siêu hình học.
Pubes	Trưởng thành. Tuổi thành nhân.
Publica honestas	Liêm sỉ.
Publicatio	Rao.
Purgatorium	Luyện ngục.
Purpura (sacra)	Hồng y. Áo điều.
Pyxis (Eucharistiæ)	Bình đựng Mình thánh.

— Q —

Quæstio præjudi- *cialis*	Tiên thẩm phán vấn đề.
Qualitas delicti	Tội thể nào.
Quantitas delicti	Tội bao nhiêu.
Quæsta funeralia	Phần tiền tống táng.
Querela	Kêu. Cáo giác.

— R —

Ratio	Trí luận. Lý, lẽ.
» *practica*	Minh dụng. Tài làm.
» *speculativa*	Minh lý. Tài luận.
Realismus	Toàn bằng thực phái.
Recidivi	Tái phạm. Sa đi ngã lại.
Recognitio (Conci- *liorum)*	Y. Duyệt y.
» *judicialis*	Khám lý.
Reconciliatio *(ecclesiæ)*	Làm phép lại.
Reconventio	Tố đối sự.
Rectores	Giám đốc.
» *collegii*	Bề trên nhà tràng. Đốc viên tràng học.
» *ecclesiæ*	Quản đốc nhà thờ. Đăng cai quản nhà thờ.
Recursus	Kêu. Nại đến.
» *in devolutivo*	Kháng cáo mà vẫn phục. Tạm phục mà chống án.
» *in suspensivo*	Kháng cáo mà đình hoãn. Chống án mà đình hoãn.
Regina	Nữ vương. Hoàng hậu.
Regularis	Thầy dòng khấn trọng thể. Thầy dòng.
Relationes sociales	Luân thường. Cách người ta ăn ở với nhau. Vãng lai thù tạc.
Relator	Đăng diễn báo. Kẻ kể lại.

Religio	Đạo Giáo lý. Tông giáo. Dòng.
Religio catholica	Công giáo.
» *clericalis*	Dòng phần nhiều các thầy có chức thầy cả.
» *laicalis*	Dòng phần nhiều các thầy không có chức thầy cả.
» *exempta*	Dòng không về quyền bề trên địa phận. Dòng miễn thuộc.
Religiosus... a	Thầy dòng. Người nhà phước. Nữ tu.
Reliquiæ	Dấu thánh. Dấu tích.
Remedia pœnalia	Hình phạt phương dược.
Remissio pœnarum	Xử miễn hình phạt. Tha phạt.
Remotio	Cất đi. Tại ngoại.
Reprobatio	Bác. Phi. Phi bác.
Rescriptum	Phúc thư. Phúc chiếu.
Reservatio	Cấm. Cầm. Cầm đề.
Residentiæ lex	Luật buộc ở tại sở.
Res judicatæ	Thành án. Việc xử xong rồi.
Responsabilis	Có trách nhiệm. Phải trả lẽ.
Responsabilitas	Trách nhiệm.
Retractatio	Trừu lại.
Retrotractio	Ngoái lại. Kéo lại. Kéo lui lại.
Reus	Phạm nhơn. Tội nhơn. Kẻ bị cáo.
Revelatio	Đạo Thiên Chúa phán truyền. Mặc khải. Tỏ ra sự mầu nhiệm.
Rituale	Sách các phép.
Ritus	Lễ nghi. Lễ phép. Lễ qui.

Rosarium	Họ Mân côi. Họ Môi khôi.
Rota S. Romana	Toà Áp việc toà ngoài.
Rubricæ	Chữ đỏ.

— S —

Sacerdos	Thầy cả. Linh mục.
Sacramentalia	Phép linh nhiệm.
Sacramentum	Phép bí tích.
Sacrificium	Tế lễ. Lễ.
» *sanctum*	Tế lễ thánh.
Sæcularizatio	Sắc cho về phần đời.
Sanatio in radice	Sửa lại từ cội gốc. (T.) chữa lại từ...
Sancta Sedes	Toà thánh.
Scapulare	Áo họ thánh. Áo phép dòng.
Schisma	Bè đảng. Bè rối.
Schismaticus	Kẻ rối đạo.
Schola acatholica	Trường vô công giáo. Tràng ngoại công giáo.
» *catholica*	Trường công giáo.
» *neutra*	Trường vô giáo đạo.
Scholastici	Vụ học phái. Học trò trong dòng.
Scientiæ	Khoa học. Cách trí.
» *morales*	Luân lý học.
» *sociales*	Xã hội học.
» *philosophiæ*	Triết lý học.
» *theologicæ*	Giáo lý học. Lý đoán.
Secundæ nuptiæ	Tái hôn.

Sedes	Toà.
» *apostolica*	Toà thánh.
» *episcopalis*	Toà Giám mục.
Seminarium	Thánh học đường. Trường latinh. Trường lý đoán.
Sententia	Án.
» *condemnatoria*	Án phạt.
» *declaratoria*	Án rao.
» *definitiva*	Án xử việc.
» *interlocutoria*	Án đoán ngữ,
Sepultura eccle-siastica	Chôn theo phép Hội thánh. Táng xác theo phép Hội thánh
Sequester	Kẻ quyền trử.
Sequestratio	Quyền trử.
Sinthoismus	Nhựt bản quấc giáo. Thần đạo nhựt bổn.
Sodalitas pia	Họ thánh.
Sodomia	Tội lộn tính. Nam dâm.
Sæculum	Thế kỉ. Đời.
Somnambulismus	Tầu mộng.
Soror	Chị em.
Species consecratæ	Hình bánh đã truyền phép.
Spiritismus	Thuật chiêu hồn.
Spiritistæ	Thầy chiêu hồn.
Spiritus	Thần. Tính thiêng liêng.
» *Sanctus*	Đức Chúa Thánh Thần.
Spolium	Chiếm đoạt.
Statuta	Điều lệ.
» *diœcesana*	Điều lệ địa phận.
Stola	Dây. Dây các phép đeo cổ. Dây đeo cổ.

Subdelegatio	Tái sai.
Subdiaconatus	Chức thầy năm. Chức thầy tiểu phó tế.
Subjectum	Kẻ làm việc gì. Kẻ chịu sự gì.
» *legis*	Kẻ phục luật.
» *Sacramenti*	Kẻ chịu phép bi tich.
Subornatio	Hối lộ. Ton lót. Đút lót.
Subpromotor fidei	Phó chưởng tín.
Subreptio	Khai ần lậu.
Substantia	Thể. Bản thể. Tính.
» *composita*	Thể gián hợp.
» *simplex*	Thể thuần nhứt.
» *spiritualis*	Tính thiêng liêng. Linh tính.
» *completa*	Tính trọn đủ.
» *incompleta*	Tính không trọn đủ.
Supernaturalis	Quá sức tự nhiên. Siêu tính.
Suffragium	Bỏ thể. Bỏ thăm.
Superior	Bề trên.
» *major*	Bề trên thượng hạng.
» *provincialis*	Bề trên xứ.
Superpelliceum	Áo các phép. Áo dòng.
Superstitio	Tin thờ dối trá. Dị đoan.
Suppressio	Bãi. Bãi triệt.
Suspecti de hæresi	Bị nghi là lạc đạo.
Suspensio	Vạ treo.
» *ab ordine*	Vạ treo chức.
» *a jurisdictione*	Vạ treo quyền cai.
» *ex informata conscientia*	Vạ treo mật tâm.
Suspicio	Nghi. Ngờ vực.
Synodus diœcesana	Công đồng địa phận

— T —

Tabernaculum	Nhà tạm. Nhà chầu.
Taxa	Giá định. Lệ phí.
» *pro Seminario*	Thuế thánh học đường.
Tempora sacra	Mùa thánh.
Territorium	Quản hạt. Địa hạt.
Tertiarius sæcularis	Kẻ ngoài đời thuộc dòng ba.
Testamentum	Chúc thơ. Tờ trối. Di ngôn.
Testes	Kẻ làm chứng.
Theodicea	Chơn Chúa chứng lý học. Nguyên Thần học.
Theologia	Thiên Chúa học. Lý đoán.
» *dogmatica*	Thiên Chúa tín lý học.
» *moralis*	Thiên Chúa luân lý học.
Thronus	Ngai. Toà ngự.
Titulus	Đề. Hiệu. Bằng cấp.
» *canonicus*	Bằng cấp Hội thánh ban.
» *ordinationis*	Bằng dưỡng.
» *altaris*	Thánh hiệu bàn thờ.
» *ecclesiæ*	Thánh hiệu nhà thờ.
Tonsura	Phép cắt tóc.
Transactio	Hoà hưu.
Transumptum	Bản sao.
Tribunal	Toà án.
» *collegiale*	Toà án quần hội.
» *delegatum*	Toà án ủy sai.
» *ordinarium*	Toà án thường quyền.
» *primæ ins-tentiæ*	Toà án sơ thẩm.

Tribunal secundæ	Toà án tái thẩm.
» *instantiæ*	
» *tertiæ et*	Toà án thượng thẩm.
ulterioris inst.	
» *sacræ Peni-*	Toà áp việc toà trong.
tentiariæ	
» *Romanæ Rotæ*	Toà áp việc toà ngoài.
» *supremæ Signa-*	Toà ấn tín chung thẩm.
turæ apostolicæ	
Tribunalis ministri	Chức dịch toà án.
Tutor	Giám hộ. Kẻ bảo trợ.
Tunica	Áo chức thầy năm.

— U —

Ubiquitas	Ở khắp mọi nơi.
Unio	Kết hiệp. Hiệp cùng.
Uniones piæ	Hội phước đức.
» » *primariæ*	Hội đệ nhất.
Unitas	Thống nhứt.
Universitates	Công giáo cao đẳng học
catholicæ	đường.
Univocus	Một tiếng một nghĩa.

— V —

Vacatio (beneficii)	Khuyết. Trống ngôi.
Vagus	Du đang. Khách bình bồng.
	Kẻ đi dông dài.
Venerabilis	Đáng kính,

Vetitum Ecclesiæ	Hội thánh cấm.
Viaticum	Của ăn đàng. Của đi đàng.
Vicariæ parœciales	Phó linh mục quản hạt.
Vicariatus apostolicus	Địa phận Giám mục thay mặt Toà thánh.
Vicariatus foranei	Địa hạt linh mục thay mặt Đức Giám mục.
Vicarius	Phó. Tùy. Thay mặt.
» *actualis*	Phó linh mục đương quản.
» *adjutor*	Phụ linh mục.
» *apostolicus*	Giám mục thay mặt Toà thánh.
» *cooperator*	Cha phó. Cha tùy.
» *capitularis*	Đấng thay mặt cấp đẳng hội.
» *delegatus*	Đấng toàn quyền phụ Giám mục không toà.
» *foraneus*	Linh mục trưởng.
» *generalis*	Đấng toàn quyền phụ Giám mục có toà.
» *æconomus*	Linh mục quản tạm.
» *substitutus*	Cha sở quyền. Quyền sung linh mục.
Vidua	Goá chồng.
Vigilantia in criminalibus	Quản thúc.
Virgo	Trinh nữ.
Virtus impetratoria	Sức xin.
» *propitiatoria*	Sức uốn lòng thương. Sức làm nguôi cơn giận.
» *satisfactoria*	Sức phạt tạ. Sức đền bồi.

Virtutes cardinales	Nhơn đức tứ trụ. Nhơn đức căn bổn.
» *morales*	Nhơn đức chỉ về phong hoá. Nhơn đức chỉ về cách ăn nết ở.
» *theologicæ*	Nhơn đức chỉ về Chúa.
Visitatio (diœcesis)	Kinh lược.
Vitale principium	Sinh nguyên.
Vitium corporis	Tật nguyền phần xác.
Voluntarium	Ý muốn. Tự ý.
» *actuale*	Ý đương muốn.
» *virtuale*	Ý đã muốn hãy còn.
» *directum*	Ý muốn trực tiếp.
» *indirectum (in causa)*	Ý muốn gián tiếp.
» *habituale*	Ý muốn duy cưu.
» *interpreta- tivum*	Ý muốn đoán có.
» *præsumptum, tacitum*	Ý muốn phỏng có, ngầm.
» *perfectum*	Ý muốn trọn.
» *imperfectum*	Ý muốn chẳng trọn.
» *simpliciter*	Ý muốn hẳn.
» *secundum quid*	Ý muốn tùy cơ. Ý muốn dành vậy.
» *positivum*	Ý muốn thực hành.
» *negativum*	Ý muốn khuyết hành.
Voluntas antecedens	Ý muốn tiên định. Ý đã có trước.
» *consequens*	Ý muốu hậu định. Ý mới có sau.

Votum	Khấn. Lời khấn.
» *privatum*	Lời khấn tư.
» *publicum*	Lời khấn công. Lời khấn Hội thánh nhận.
» *reservatum*	Lời khấn cầm, cấm.
Vox activa et passiva	Quyền cử và ứng cử.

www.ingramcontent.com/pod-product-compliance
Ingram Content Group UK Ltd.
Pitfield, Milton Keynes, MK11 3LW, UK
UKHW022134170726
13837UKWH00004B/1561